திறன் அறி

ஆயிஷா ஸித்தீக்கா

ஏலே பதிப்பகம்

திறன் அறி –கட்டுரைகள்
©ஆயிஷா ஸித்தீக்கா   2021
எழுத்தாளர்: ஆயிஷா ஸித்தீக்கா

முதல் பதிப்பு: அக்டோபர் 2021

வெளியீடு:
ஏலே பதிப்பகம்
5/175, பாத்திமா நகர்,
கூத்தென்குழி,
திருநெல்வேலி – 627104
தொடர்புக்கு: 9944992571

Thiran ari- **Articles**
All CopyRights Reserved By © Aysha Siddeeqa nilam 2021
Author: Aysha Siddeeqa nilam
First Edition: October 2021

Published By:
Aelay Publish
5/175, Fathima·nagar,
Kuthenkuly,
Tirunelveli -627104
Phone: 9944992571

Design And Executed by

ISBN : 978-93-5533-032-1
Page : 48

அணிந்துரை

எழாத சமூகத்தை எழுச்சியாய் மாற்றுபவனும் எழுத்தாளனே!எழுதும் எழுத்தை எழுத்தாணியாய் மாற்றுபவனும் எழுத்தாளனே!

இந்த வசனம் என் மனதினுள் எப்பொழுதும் ஒலித்துக்கொண்டேயிருக்கும்! எனக்கு வாசிப்பு,எழுத்து என்பதன் மேல் ஒரு ஈர்ப்பு என்றும் இருக்கும். பேனையின் மேல் ஒரு காதல்....! நான் அதிகம் தனிமையில் ஆழும்போது என் துணைக்கு பேனையும் சேர்ந்து கொள்கின்றது!...

நான் எதை யோசிக்கிறேனோ! எப்படிப்பார்க்கிறேனோ அதை அவ்வாறே வெளியில் சொல்ல முடிவதில்லை!..... கேட்பவர்களும் அதற்கு ஒத்துழைக்க வேண்டுமே!....பிறகு ஒரு யோசனை! நான் நினைப்பதையெலலாம் தாளில் எழுதினேன். அது ஆக்கமாக தெரிந்தது என் கண்களுக்கு!... அதை நான் அப்படியே இணையத்தில் பக்கமொன்றை திறந்து பதிவேற்றம் செய்தேன்!.... அதை நூலாகவும் தொகுக்க முடிவு செய்தேன்!...

அது தான் இந்த நூல்!....இது என் முதல் நூல்!....எழுத்துதுறையில் சிறிய முன் வைப்பு!......

எழுத்தாளர்

ஆயிஷா ஸித்தீக்கா நிலாம்..

நான்...

உலகம் விரிந்தது அதில் நாம் இருக்கும் இடம் எங்கே என்று உலக வரை படத்தில் பார்த்தாலும் யாருக்கும் விளங்குவதில்லை! இனிநாம் எங்கு உலகுக்கு விளங்கப்போகிறோம்!என்று பலர்இங்குசலித்துக்கொண்டிருக்கிறார்கள்! ஏன் நன்பா! தெருக்கோடியிற்குக்கூட தெரியாத தனுஷ்கோடியை உலகிற்கு எடுத்துக்காட்டியது அப்துல் கலாம் எனும் பேப்பர் போடும் ஒருவர் தானே! ஆனால் அவர் பேப்பர் போடும் பையனாக கடைசி வரை இருக்கவில்லை அதுதான் முயற்சி! இலட்சியத்தின் மூர்க்க வெறி!

சில நபர்களிடம் உன் இலட்சியம் என்ன? என்று கேட்டால்,அவர்கள் இலகுவாக உதட்டின் நுனியில் நக்கல் சிரிப்புடன் இலட்சியமா? அது இருந்து என்ன செய்ய? அது சோறு போடுமா?என்று எராளமான கேள்விக்கனைகள்!! இவர்களது இக்கருத்துக்களை பார்க்கும் போது மர நிழலில் இருந்து கொண்டே மரத்தை வெட்டிய கதையாகும்! அதாவது ஒதுங்க மர நிழல் தேவை ஆனால் மரத்தையும் வெட்டி பணம் பார்க்கவும் வேண்டும்! அதே போல உலகில் சந்தோசமாக வாழவும் வேண்டும் அதே நேரம் உடம்புக்கு நோகாமல் இருக்கவும் வேண்டும்!!??

உனக்கு சோறு மட்டும் தான் தேவையென்றால் ஏன் மனிதனாகப் பிறந்தாய்??!! மனிதன் என்பது ஒரு அற்புதப்படைப்பு அதற்கு சோறு மட்டும் தான் முக்கியம் என்றால்!...... இலட்சியம் என்பது சிலரை பொருத்த வரையில் வெறும் சொல்! ஆனால் அது

சொல்லோடு மட்டும் முடிவதில்லை அது எழுதப்படாத தொடர்கதை அது உன் பிறப்பை ஏட்டில் பதிய வைக்கும் பேனையின் மைத்துளி!!

சரி இலட்சியம் ஒன்று மனிதனுக்கு அவசியம்! அது அவனது பிறப்பை முழுமையாக்கும்! அவ்வாறெனில் எப்படி இலட்சியத்தை நிர்ணயிப்பது!? அது எங்கேயிருக்கிறது என்ற கேள்விகளுக்கு பதிலை காண ஒரு கதையை காண்போம்!

"ஒரு நாள் ஒரு தந்தை தனது 4 வயது பிள்ளையிற்கு வாழ்வைப்பற்றி தெளிஹூட்ட நினைத்து பிள்ளையிடம் கனிவாக அணுகி "அம்மா நாம பிறக்கிறது சும்மா வாழ மட்டுமல்ல நாம் வாழ்ந்தோம் என்று காட்ட ஏதாவது சாதிக்கணும்மா என்றார்" உடனே அப்பிள்ளை "அப்பா அதுக்கு நான் என்ன செய்யணும்" என்றாள் கொஞ்சும் மழலை தொனியில் அதுக்கு அப்பா "அம்மா இங்க வாம்மா " என்று அழைத்து "அம்மா நான் இப்ப உனக்கு அதிசயமான ஒன்றை காட்டுகிறேன்! அது இந்த உலகில் வேறு எங்கும் கண்டிருக்க மாட்டாய்! அதை நான் உனக்கு காட்டுகிட்டுகிறேன்!அதை பயன்படுத்தி சாதிதுக்கொள்! நீ வெற்றியடைவாய்" என்று கூறிவிட்டு குழந்தையின் கண்களை தனது இரு கரங்களாலும் மூடிக்கொண்டு கண்ணாடியின் முன் கொண்டு சென்று நிறுத்தி கரங்களை எடுத்துக்கொண்டு பாரும்மா!!என்றார். குழந்தைக்கு ஆச்சிரியம் கண்ணாடியின் விம்பத்தில் குழந்தையின் முகம்!! "என்னப்பா இதுல என் முகம் தான் தெரியுது!" என்றாள் ஆச்சரியமாக!"ஆமாம்மா! நீ சாதிக்க உன் திறமை உன்னிடம் தான் உள்ளது. திறமை என்பது

தனித்துவமானது! மனிதன் என்பவன் திறமைகளின் பிரதிபளிப்பு என்றார்! குழந்தையிடம்!!

அவ்வளவு தான் விடயம்! சாதிக்க என்ன செய்ய வேண்டும் என்பதைத்தேடி கடல் கடந்து போக தேவையில்லை உன்னை புரிந்து கொண்டாலே போதும்!நான் யார்? எனும் கேள்வி கோமாவிலிருந்து திரும்பியவனே கேட்கத்தேவையில்லை!! வாழ்ந்து கொண்டே கோமாவில் இருப்பவர்களும் கேட்கலாம்!!

சுயம் எனும் நான்

உங்கள் முன் ஒரு பொருள் இருக்கிறது அது உங்கள் கண்ணுக்கு தெரிகிறது!ஆனால் அதை நீங்கள் எவ்வாறு பார்க்கிறீர்கள் என்பதில் தான் நீங்கள் தெரிகிறீர்கள். ஒவ்வொரு மனிதனுக்குள்ளும் ஒவ்வொரு விசித்திரம் உண்டு!அதை நிறைய பேர் அறியாதிருப்பார்கள்.அது தான் நீங்கள் யார் என்பதை கூறும் நான்!!! நான் தான்!!!சுயம்!!! சுயம் என்பது தன்னை தான் அறிவது.பாவம் மறந்திருப்பார்கள்! கண்ணாடியை பார்க்க!ஆம் கண்ணாடி என்பது முகம் பார்க்கும் கண்ணாடி அல்ல!! உங்களை காட்டும் கண்ணாடி!அதை தொலைத்து விட்டு இன்று யார் யாரோ யார் யாரோவின் முகத்தை மாட்டிக்கொள்ள அலைகிறார்கள்!

நான் வெறும் வார்த்தையாகவே இன்று இருக்கிறேன்!!என்னுள் இருந்த பொருள் வாடி வதங்கி விட்டது!!நீர்
ஊற்றி!பசளையிட்டு!வளர்த்துப்பாருங்கள்!!
அபாரமாக நானும் வளர்ந்து உங்களையும் வளர்ப்பேன். என்னுள் தொடங்கும் வார்த்தைகள் பல!! அதில் சுயகௌரவம்,சுயசிந்தனை,சுய அனுபவம்,சுய தன்மை,சுய பன்பு என ஏராளம்!ஏதோ ஒன்றை விட்டு விட்டேன் அல்லவா??ஆம் சுயநலம்!! மனிதர்களுக்கு எவ்வளவு நிறைய நல்லது இருந்தாலும் அது விளங்காது!ஏதாவது ஒன்று எடக்கு முடக்காய் கண்ணில் பட்டால் அதை தான் பிடிப்பார்கள்! இன்று

என்னுள் துவங்கும் சொற்களில் செயலில் உள்ள ஒரே வார்த்தை அது தான்!!!எதிர்க்கட்சிக்கு ஆளுங்கட்சியை வைய வேண்டுமானாலும் பஸ்ஸில் இடம் கொடுக்காதவனை வைதாலும் இது தான் டிரெண்டிங்!!!! இன்னொரு வார்த்தை உள்ளது!!அது தான் சுய நம்பிக்கை!!அது உங்களில் உள்ள என்னைக்காட்டி என்னைகொண்டு போராட உதவும் ஆயுதம்!!!

சுயம் எனும் என்னால் பலரின் பலம் பெருகும்!ஆனால் யாரும் என்னை கண்டு கொள்வதே இல்லை!!காரணம் நான் அவர்களுக்குள் இருப்பதே அவர்கள் மறந்து விட்டார்கள்! மறந்து விட்டார்கள் என்பதை விட மறக்கடிக்கப்பட்டு விட்டது!என்று கூறுவது தான் கால நெறிப்பிறழ்வற்ற சொல்!! உனக்கு என்ன ஆக வேண்டும்? என்று சிறு வயதில் யார் கேட்டாலும் வைத்தியர்,தாதி, என பட்டியல் பெருகும்.ஆனால் உண்மை எதுவெனில் அவனுக்கு வைத்தியர் என்ன செய்வார் என்று கூட முழுசாக தெரிந்திருக்காது! ஆனால் கூறுவான்.காரணம் இதுக்கு முன் யாராவது அவனுக்கு அதைப்பற்றி கூறியிருக்க வேண்டும்!!அல்லது அவன் வேறு யாராவது கூறுவதை பாத்திருக்க வேண்டும். பலரின் நிலை என்னவெனில் அவர் யார் என்பது அவர்களுக்கே தெரியாது! இதுவும் ஒரு வகை கோமா தான்!!! அவர்களின் விருப்பங்களும் செயல்களும் இன்னொருவர் புகுத்தியதாகவே இருக்கும் உதாரணமாக தொலைக்காட்சியில் ஒரு திரைப்படம் போகிறது அதை கண்கொட்டாமல் சிறுபையன் பார்க்கிறான் என்று வைத்துக்கொள்வோம்.அதில் கதாநாயகன் எதிரியை

அடித்துவிட்டு தலையை கோதுகிறான். அதை பார்த்து விட்டு அப்படியே அவன் செய்கிறான். அது அவன் வசீகரிக்கப்பட்டு விட்டான் என்று அர்த்தம்.இந்த வசீகரம் நாளடைவில் அவனது செய்கையாகவே ஆகிவிடும்.இது தான் உண்மை இவ்வாறு நடந்ததற்கு பிறகு அங்கு எனக்கு என்ன வேலை!!!?? ஓரமாக கிடக்கிறேன்!! இவ்வாறு சிறு சிறு விடயங்களில் கூட நான் ஒதுக்கப்பட்டு இன்னொருவரின் கண்ணாடியில் தங்கியிருக்கும் குருடர்களாகவே மாறிவிட்டார்கள்!!! இன்னொருவரைப்போல வாழ இன்னொருவர் எதற்கு??? ஆனால் அவனுள் இருக்கும் என்னை ஒரு முறை தட்டி எழுப்பிப்பாருங்கள்!!!இதுவே தட்டி எழுப்பி அவனும் உணர்ந்து என்னை கொண்டு அவன் முயல்கிறான்!!திடீரென ஒரு சுழற்சியில் அவன் வீழ்கிறான் எனில் அதன் பெயர் தான் தோல்வி!!!அவன் என் சகோதரன் எனலாம்!! தோல்வியை நீ படியாக பார்!! படிப்படியாய் முன்னேருவாய்! அதுவே நீ தடையாக பார்த்தால் தடமாறிக்கீழே விழுவாய்!விழுந்தாலும் பரவாயில்லை!ஒரு முறை என்னைப்பார்!!சருகு கீழே விழுந்தாலும் இன்னொரு வித்தை விதைக்க உரமாகிறது!!அது போல் நீயும் விதைத்தெழு!!!!

நிராகரிப்பு

உடைக்கப்பட்ட விதையிலிருந்து தான் மரம் விதைத்தெழுகிறது!.... வெடிக்கப்பட்ட பாறையிலிருந்து தான் ஊற்றெடுக்கிறதுநீர்!.... இவ்வாறு ஒவ்வொரு இடங்களிலும் உடைதல் சம்பவங்கள் நிகழும்போது தான்,...அடுத்த கட்டம் என்ற திசை திரும்புகிறது. இதற்கு விஞ்ஞானத்தில் வேறு பெயர்கள் வைத்துள்ளனர். ஆனால் ஒரு மனிதனைப் பொறுத்தவரையில் அவன் அடுத்த கட்டம் என நகரும் போது அவன் தேங்கிய நிலையில் இருந்தால் அது குப்பைகள் நிறைந்த குட்டைகள் ஆகிவிடுகிறது. கொஞ்சம் சிலிர்த்தால் அவன் செதுக்கப்படுவான்.அதுதான் விமர்சனம்!.. விமர்சனம் என்பது பலருக்கு பல கருத்து!... ஆனால் எனக்கோ அதுதான் முதல் விருப்பு!. காரணம் நிராகரிப்புகள் தாக்கும் போது தான் நீ சிதையாமல் சிலையாவாய்....! உன்னை மட்டம் தட்டி விடும் போது... ஏன் எனக்கு மட்டும் என்ற சிந்தனை தாக்கத்தால் வெறுண்டோடி விடுவாய்!..இங்கு நீ துவண்டு கொண்டே இருந்தால் தவழும் நிலைதான் வாழ்க்கை!.. இதுவே நீ மிண்டெடுழுந்தால் உன் வாழ்க்கை மீள்ச்சி பெறும் என்பதை உறுதியாகக் கூறுகிறேன்!...

அதிகம் விமர்சனங்களை எதிர் பாருங்கள்! அதிலும் சிலர் தைரியத்திற்கும்,துணிவுற்கும் மிதமிஞ்சிய திமிர் !...எனவும் பெயர் வைத்திருப்பார்கள் !.அதை நீங்கள் அதிகம் கவனம் செலுத்துங்கள். அவர்களது அகராதியில் உங்கள் அதுவெனில்

உங்கள்அகராதியில் தன்னம்பிக்கை என மொழிபெயர்வுங்கள்.

நிராகரிப்புகள் தாக்கம் செலுத்தும் போது மீண்டும்!.. மீண்டும்!.. என்ற சொல் இதயத்தில் ஒலிக்கச் செய்து கொண்டிருங்கள்!. அப்போது முயற்சி எனும் ஆயுதம் கைகொடுக்கும்!.அதில் பயிற்சி எனும் சொல்லையும் சேர்த்துக்கொண்டால்!, பயன் வெற்றியாகவே இருக்கும். சிதறி விழுந்ததில் சிந்தி விடாதே !..சிலிர்த்து விடு!... சிலையாவாய்!..

விமர்சனம்....

ஒரு நாள் மகாத்மா காந்தி சுதந்திரம் பெறும் தருணத்தில் ஒரு வெள்ளைக்கார துரையின் வீடு செல்ல தேவைப்பட்ட இருந்தது. அது சுதந்திர வேட்கை மிதமிஞ்சிய காலம். அங்கு "வந்தே மாதரம்" என்ற சொல் ஜெபமாக ஒழிக்கப்பட்டு கொண்டிருந்தது. அவ்வேளையில் மகாத்மா காந்தி அவர்கள் வெள்ளைக்கார துரையின் வீட்டில் வைத்து தேவையானவற்றை கதைத்து விட்டு வெளியே வரும்போது, வெள்ளைக்கார துரை தனது வீட்டில் வளர்க்கும் நாயை, "வந்தே மாதரம்" என அழைத்தான். அது மகாத்மாவை கடுப்பேற்ற தான்! என்றாலும் மகாத்மா திரும்பி பார்த்து விட்டு வந்து விட்டார் .அதனால் தான் அவர் "மகாத்மா" என்று என்று அழைக்கப்பட்டாரோ என்னவோ!. அப்போது அவரிடம் ஏன் நீங்கள் மறுவார்த்தை பேசாமல் திரும்பினார்கள்?! என கேட்கப்பட்ட போது மகாத்மா கூறியது தான் இந்தப் பத்தி!.... அதாவது "வந்தே மாதரம்" என்றால் "தாய் நாடே வணக்கம்" என்று பொருள். வெள்ளைக்காரன் அவனது தாய் நாட்டை கூப்பிடுகிறான்!. என கூறி விட்டுத் திரும்பினார்.....!

உண்மையில் இங்கு கவனிக்க வேண்டிய விடயம் என்னவென்றால் நம்மை யார் சீண்டினாலும்!, யார் விமர்சித்தாலும் !அவர்களோடு வீன் மல்லுக்கட்டலில் பிரயோஜனமில்லை!.

மதியால் வெல்ல வேண்டும்!.இங்கு அதுதான் வெல்லப்பட்டது. விமர்சனங்கள், கருத்து

வேறுபாடுகள், முரண்பாடுகள் என்பவை வாழ்க்கையில் நிறையவே வரும்!. அதை "எதிர்கொள்ளும் விதம்", "எதிர் கொள்ளும் மனப்பாங்கு" இது இரண்டும் தான் வெற்றியையும், தோல்வியையும் முடிவெடுக்கும்! நாம் தொடங்கிய விடயம் இடை நடுவில் சிக்கி சின்னாபின்னமாகி ஒன்றுமே இல்லாத நிலைக்கு தள்ளி விடக் கூடாது!. அது நாம் செயல்படும் நிலையில் தான் தங்கியுள்ளது. நதியில் படகு செல்லும் போது புயல் வீசி தாக்கி! திக்குமுக்காடி திசை தவறி செல்லாமல்!, நின்று நிதானித்து பதறாமல் சிதறாமல் கூறி நோக்கி பயணங்கள் அமைய வேண்டும்.மகாத்மாவின் இலக்கு இங்கு வெள்ளைக்காரனை வெல்வதல்ல! நாடு சுதந்திரம் அடைய வேண்டும்!. இதுதான் நோக்கம்!. அதன்படியே அவர் செயற்பட்டார்.

இங்கு அவர் வீண் விவாதத்தில் ஈடுபட்டு இருந்தால் அவர் பின்னோக்கியே செல்லப்பட்டு இருப்பார்!. ஆனால் அவர் புத்தியால் அதாவது மதியால் பதில் சொல்லிவிட்டு திரும்பியிருக்கிறார். நாமும் ஒரு காரியத்தை முன்னெடுக்கும் போது விமர்சனங்களைப் பார்த்து நாமும் குறைத்துக்கொண்டு இருந்தால் நாமும் நாய் ஆகவே கருதப்பட்டு இருப்போம்..... விமர்சனங்களை வீரியத் சொற்களாக எடுத்துக் கொள்வோம்!. வைராக்கியங்களை மனதில் வையுங்கள் செயல்களில் வீரத்தை வையுங்கள் செயல்பட வேண்டிய வேலை சிறப்பாகவே நடைபெறும்!!

வேற்றுக்கிரகவாசிகள்

இந்த தலைப்பை பார்த்ததும் பலரும் பறக்கும் தட்டு,செவ்வாய்க்கிரகம்,நீண்ட காதுகளை கொண்ட வால் முளைத்த மனிதன் என பல கோணங்களில் எண்ணுவீர்கள்!! ஆனால் நான் கூற வந்தது வேறு கிரகத்தில் உள்ள வேற்றுக்கிரக வாசிகள் பற்றி இல்லை!!புவியிலே வாழும் வேற்றுக்கிரக வாசிகள் பற்றியது தான்!!!!! புரியவில்லையே! அது என்ன? !!என்று நினைக்க வேண்டாம்!! ஒரு சம்பவம் கூறுகிறேன் கேளுங்கள்!! ஒரு வாலிபன் போன் பார்த்துக்கொண்டே பூங்கா ஒன்றிற்குள் நுழைகிறான்! அவன் ஒரு கதிரையில் உட்காருகிறான். அந்த வழியில் ஒரு வயோதிபர் செல்கிறார். சற்று நேரம் கழித்து அந்த வயோதிபர் கீழே விழுந்து விடுகிறார். ஆனால் இவனோ ஏதும் அறியாமல் போனில் ஏதோ ஒரு மோதலினால் உயிரிழந்தவர்களின் புகைப்படத்துக்கு லைக் போட்டுக்கொண்டிருந்தான். வயோதிபர் கீழே விழுந்ததை கண்ட பூங்காவில் விளையாடிக்கொண்டிருந்த சிறு பிள்ளைகள் ஓடி வந்து பார்க்கிறார்கள்.!கூட்டத்தில் இருந்த ஒரு பையன் அருகில் இருக்கும் வாலிபனை தட்டி பெரியவரை காட்டுகிறான். அதன் பிறகு அந்த வாலிபன் சுதாகரித்து எழும்பி வந்து பார்க்கிறான்!!! அருகில் ஒருவர் விழுந்து கிடப்பதை கூட தெரியாமல் வேறு ஒரு உலகத்தில் வாழ்பவன் வேற்றுக்கிரக வாசி தானே!!!!!!!! உண்மையில் இவர்கள் நவீன வித செயற்கை வேற்றுக்கிரக வாசிகள்!!ஆம்! தட்டையான

ஒரு பொருளை கொண்டு எந்நேரமும் தட்டிக்கொண்டு இருப்பவர்கள் தான் இவர்கள்! அதாவது!!தொலைபேசியை கொண்டு எந்நேரமும் தொலைவில் தொலைந்து கொண்டு இருப்பவர்களை பற்றி தான் கூறுகிறேன்!!!இவர்கள் சமூக வலைத்தளங்களில் தான் வாழ்க்கையே நடத்துகிறார்கள். டேட்டா தான் சாப்பாடு!!!

உண்மை தான் ஆனால் கஷ்ப்பான உண்மை!!சாப்பிட்டால் ஸ்டேட்டஸ்!பயணங்கள் ஸ்டோரி! கருத்துச்சொன்னால் போஸ்ட்!! இப்படிப்பட்ட வேற்றுக்கிரக வாசிகள்!! இவர்கள் புவியில் தான் வாழ்கிறார்கள்,உடலளவில்மட்டும்!! மனதளவில் இவர்கள் வேறோ ஒரு உலகில் வாழ்ந்து கொண்டிருக்கிறார்கள்!! இது நிதர்சன உண்மை!! உண்மையில் இவர்கள் வாழவில்லை!!இவர்களை வாழ வைத்துக்கொண்டிருக்கிறார்கள்!!! இதை ஒரு தொழில்நுட்பக்கைது என்றும் கூறலாம். ஒரு மனிதன் தன்னைச்சுற்றி என்ன நடக்கிறது என்று தெரிந்து கொண்டால் அவன் நன்மையை ஆதரித்து தீமையை எதிர்த்து போராடத்தயாராவன். அதுவே என்ன நடந்தாலும் நடக்கட்டும் என்ற மனப்பாங்கை உருவாக்கி விட்டால் அவன் சுதாகரிக்கவே மாட்டான் அல்லவா?அந்த மனநிலையை உருவாக்க அவன் தன்னை மறந்த நிலையில் இருக்க வேண்டும். அது தான் அவன் நிஜ உலகில் இருந்து வலையமைப்பு என்ற உலகிற்கு கிரப்பிரவேசம் மேற்கொள்கிறான்!!!அந்த உலக பிரவேசம் அவனுக்கு இனிமையாக தெரிகிறது!!அவன் அங்கேயே தன்னை மறக்கும்

நிலைக்கு ஆளாகிறான்! அங்கு நிஜ உலகப்பிரச்சினை வெறும் போஸ்ட்!! லைக்!செயார்!! செய்ய ஏற்படுத்தப்பட்ட போர்க்களம்!! இது திட்டமிட்ட கைது எனலாம்!அதாவது!!இன்றைய உலகை ஆள்வது பார்ப்பதற்குத்தான் அரசு!ஆனால் முழுக்க முழுக்க தனியார் நிறுவனங்களின் ஆட்சி தான்!!அரசு என்பது நிறுவணங்களின் பாதுகாப்பு கொட்டில்!!?? இவர்களது வியாபாரம் பலவகையானது. ஆயுதம்,ஆடை,உணவு,குளிர்பாணம்,தொலைபேசி, தொலைபேசி வலையமைப்பு,அழகு சாதனங்கள் என பட்டியல் நீண்டு சுவாசிக்கும் காற்று வரை இருக்கிறது. இவை யாவற்றையுமே விற்க வேண்டுமே எவ்வாறு?செய்வது? நான் கூறுகிறேன் கேளுங்கள்! உங்கள் ஆசை தான் அவர்களது மூலதனம்!! நான் இவ்வாறு தான் வாழ வேண்டும் என்ற உங்கள் ஆசையை தூண்ட தொலைக்காட்சியில் பல பல விளம்பரங்களை காட்டுகிறார்கள்! அதைக்கண்டு நீங்களும் ஈர்க்கப்படுவீர்கள்! பெண் என்றாலே அழகு தான் என்ற உளவியலை வளர்க்கிறார்கள்! அதில் ஈர்ந்து பெண்களும் அழகை கூட்டுவதிலே நேரம்,பணம் என செலவளிக்கிறாள். அதனால் அவள் தன்னை மறந்தவள் ஆகிறாள். தொலைக்காட்சி பார்க்கும் போது இந்த போனில் அவ்வளவு அனுகூலம் இவ்வளவு அனுகூலம் என்று கூறியதை கேட்டதும் ஆசையில் வாங்குவார்கள்!அதை வாங்கியதும் வலையமைப்பின் மூலம் வந்த குறுஞ்செய்தியின் படி குறைந்த செலவில் கூடிய டேட்டா என்று போட்டு பாவிக்க துவங்குகிறார். மனதளவில் ஏற்பட்ட சிறிய முரண்பாட்டை போஸ்ட்டாக போட்டதும்!!லைக்

செயார் என்று சென்று பிரச்சினையாக உருமாறி இனம்,மதம்,ஜாதி என பிரச்சினையாகி ஆயுதப்போராட்டமாக மாறி தன்னைத்தானே வேட்டையாடும் சமூகமாக உருமாற்றிக்கொண்டுள்ளது!! இவையத்தனைக்கும் நடுவில் எத்தனை தனியார் வியாபார நிறுவனங்கள் தொடர் சங்கிலியாக கொள்ளையடிக்கிறார்கள்!!ஆசையில் தொடங்கி ஆயுதத்தில் முடிறதல்லவா? இவையனைத்தும் நடந்து நான்கு மூலைப்பெட்டியை தட்டிக்கொண்டிருப்பவர்கள்!வேற்றுக்கிரக வாசிகள் தானே!! அவர்கள் நான்கு மூலைப்பெட்டியில் மாட்டியவர்கள் அல்ல!! நான்கு மூலைச்சுவரில் சிக்கி வெளியே வர முடியாமல் தத்தளிப்பவர்கள்!!! இவர்கள் தான் நவீன வகை வேற்றுக்கிரக வாசிகள்!!!!!

காலனித்துவ மனிதன்

எமது இந்த தேசம் ஒரு காலத்தில் ஆங்கிலேயர்களின் காலணியின் கீழ் ஆட்சியில் இருந்தது.அவர்களின் ஒரே நோக்கம் தமது தாய்நாட்டின் வளர்ச்சிக்கு தேவையான பிரயோசனம் அனைத்தையும் இந்த நாட்டி எடுத்துக்கொள்வதாகும்.
இது நீர் நிறைந்த பகுதியில் பஞ்சை அமிழ்த்தி நீரை உறிஞ்சும் செயல்பாடாகும்.

இப்படி இருக்கும் சமயத்தில் இந்த உலகம் முதலாம் உலகப்போரை சந்தித்தது. இந்தப்போர்தான் உலகின் போக்கையே மாற்றிவிட்ட திருப்பு முனையாகும்.இந்த உலகப்போரில் நட்புநாடுகளின் அணியில் கூட்டுச்சேர்ந்து யுத்தத்தில் பங்குபற்றியது.இதனால் பிரித்தானியா போரில் மும்முரமாக ஈடுபட வேண்டிய கட்டாயத்தில் இருந்தது. ஆகவே பாரிய பொருளாதார வசதியொன்று பிரித்தானியாவிற்கு இருக்க வேண்டிய கட்டாயத்தில் இருந்து. பிரித்தானியாவின் பிரதான வருவாய் முறை கைத்தொழில் முறையாகும். அதேநேரம் பெருந்தோட்ட பயிர்ச்செய்கையும் கூட இருந்தது. ஆனால் இவை யுத்த நெருக்கடியால் திறம்பட செயற்பட முடியவில்லை.

இதனால் அவர்கள் தமது காலணித்துவத்தின் கீழ் உள்ள அடிமை நாடுகளில் இதை அமைத்துக்கொள்ள முடிவெடுத்தது. அதனால் இலங்கையில் பெருந்தோட்ட பயிர்ச்செய்கை கைத்தொழில் என வெகுவாக செயற்படத்துவங்கியது. இதனால் எமது நாட்டின்

தனித்தன்மையான விவசாயமுறை பின்தங்கியது என்றே கூறவேண்டும். அநுராதபுரக்காலத்தில்,பொலண்னறுவைக்காலத்தில் என அணைத்து இராஜதாணிக்காலத்திலும் விவசாயம் பிரதான தொழிலாக காண்பட்டது. இது பிரித்தானியர்களுக்கு அவசியப்படவில்லையென்றே கூறவேண்டும். வெளிநாட்டு முதலீட்டாளர்களைப்பெறவும்,பெருந்தோட்ட முறைகள் அமைக்கவும்,தேயிலை கோபி பங்குச்சந்தைகளில் செல்வாக்கு பெறவும் இது தான் அவர்களுக்கு முதன்மையானது.இதன் மூலம் இலங்கை இன்று வரை விவசாயத்தில் தன்நிறைவு அடையவில்லை என்பது வெட்க்கிக்க வேண்டிய உண்மையாகும். பலநாடுகளுக்கு நெல்லை ஏற்றுமதி செய்த இலங்கை இன்று நெல்லுக்காகவும் இத்தியாத விவசாயப்பொருட்களுக்காகவும் கையேந்தும் நிலைக்கு தள்ளப்பட்டுள்ளது.

இவ்வாறுதான் பலரது வாழ்க்கையும் அவர்களுக்கென்ற தனிப்போக்கு, தனிநடத்தை,தனித்தன்மை என பலதும் இருந்தும் அவர்கள் அதை திறம்பட சரியாக பயன்படுத்தாமல் இருப்பதால் இன்னொருவரின் தேவைகளை முடித்து வைப்பதற்கே பிரயோசனப்படுகின்றார். யாரோ எழுதிய கவிதைக்கு வரியாய் இருக்கிறார்களே தவிர தன் கவிதைக்கு கருத்தாக இருக்கத்தவறுகிறார்கள். குடும்பத்தின் நிலை! சூழ்நிலையின் சதி! என தன் தேவையை மறந்துகிடக்கின்றனர். அப்படியிருக்கும்போது வெறொருவர் நுழைந்து

அவரை திறம்பட பயன்படுத்தி செல்லவும் இடமளித்து விடுகின்றனர்.

உதாரணமாக தரம் ஒன்று முதல் உயர்தரம் வரை பாடத்திட்டத்தை கரைத்துக்குடித்து விட்டு வேலை என்ற பெயரில் தன் சுயத்தை தொலைத்து இன்னொரு நிறுவணத்திற்கு மாடாய் உழைக்கின்றனர்.

உழைப்பு சம்பளம் பொருளாதாரம் என்பன அவசியம் தான்! அதில் உங்கள் தனித்தன்மை தனித்திறன் மரத்துப்போகாமல் பார்த்துக்கொள்ளுங்கல் இல்லையெனில் வேறொருவர் வந்து உங்கள் வாழ்க்கையை வாழ்ந்து விட்டுப்போகின்றனர் !!!

குணாதிசயம்...

"அவன் அப்படித்தான்!" " அவன் அவ்வாறுதான் நடப்பான்!." அது அவனது கேரக்டர்"!
 என பல வார்த்தைகள் நாம் தினமும்
 கடக்கிறோம். இவை நியாயப் படுத்தப்பட்ட வார்த்தைகள்.
ஆனால் அது எவ்வளவு நியாயமானது என்பதுதான் கேள்வி?!
எங்கள் மத்தியில் பொதுவாகவே ஒரு கருத்து இருக்கிறது.
 அது என்னவெனில் !!
நீ நீயாக இரு!
 உன்னை நீ மாற்றாதே! என்ற நிலைப்பாடாகும்.இது புரையோடிப் போயுள்ள ஒரு கருத்தோட்டம் எனலாம்!.
 ஆனாலும் இங்கு கவனிக்க வேண்டிய ஒரு விடயம் உள்ளது.
 அதை கருப்பு புள்ளியாகவே நோக்க வேண்டியுள்ளது!

மனிதன் மனிதனோடு தொடர்புரும் போது ஒருவன் இன்னொருவனோடு கட்டியெழுப்பும் உறவில் விரிசலை ஏற்படுத்தும் வெடிப்புகளை அகற்றிவிட வேண்டும் என்கிறேன்!.
இதையும் குணாதிசயம் என்ற ஒரு போர்வையில் கடத்திவிடக்கூடாது என்கிறேன்!.
 முன் கோபம், சுயநலம், தேவையற்ற வார்த்தைகள் என யாவற்றையும் ஒருசேர ஒரு மெய்யான நிலையை பொய்யான நிலைக்கு இட்டுச் செல்கின்றன!!.

நான் இப்படித்தான்! என்னோடு இருப்பவர்கள் இருங்கள் இல்லை எனில் செல்லுங்கள்! என்றால் உன் வாழ்வும் செல்லுக்குள் அடங்கி சொல் கூட கேட்காத தனிமையில் ஆட்படுத்தப்படுவாய்!.

குணாதிசயம் என்றால் ஒரு மனிதனுக்கு தனியாகவே விதைக்கப்பட்ட ஒன்று!! அது ஒவ்வொரு வரை பொருத்தவரையில் வேறுபட்டது!.

ஆகவே ,தொடர்பாடலின் போதோ அல்லது சமூகப் பங்கேற்பு களின்போதோ வெளிப்படுத்தப்படும் போது அது பிறரை தாம் தாக்காமல் இருக்க வேண்டும். அதற்காக வேண்டி நடிக்கச் சொல்லவில்லை.

உன் தனிப்பாங்கை தக்க வைத்துக்கொண்டு தேவையற்ற களைகளை அகற்றி விட கூறுகிறேன்!.

அவ்வாறெல்லாம் இல்லை புரிதலில் தான் எல்லாம் உண்டு!.

என்றால் ஏன் பண்புகளில் நல்ல பண்பு!,கெட்ட பண்பு என பிரித்தறிய வேண்டும்!.

புரிந்தால் நல்ல பண்பு!

புரியாவிட்டால் கெட்டபண்பு என சொல்லி விடலாமே!

நீங்கள் முதலில் மாயைகளில் இருந்து வெளி வாருங்கள் !கோபந்தான் ஆண்மைக்கு அழகு! குனிந்தால் கொட்டுவார்கள்!

இன் போன்ற வார்த்தை மாயங்களிலிருந்து தெளிந்து விடுங்கள்! காரணம் இப்படியான வார்த்தைகளை கேட்டு கேட்டு எவ்வாறு வேண்டுமானாலும் நடக்கலாம் என்ற உணர்வு உறைந்து விடுகிறது! உணர்வுகள் இங்கு அத்துமீறி

செயற்பட நீங்களே அவற்றிற்கு உத்தரவாதம் அளித்து விடுகிறீர்கள்! குணாதிசயம் என்பதில் உங்களுக்கென்று ஒரு தனி இடத்தை அமைத்துக்கொள்ளுங்கள்!.

வாழ்க்கை வாழத்தான் என்றால் எப்படியும் வாழலாம் அர்த்தமாக வாழத்தான் என்றால் கொஞ்சம் உங்களை நீங்களே புரிந்து நடங்கள்......!

பேனாவும் *பெண்ணியமும்*

"பாரதி கண்ட புதுமைப்பெண்" என்ற தலைப்பில் எழுதப்பட்ட பத்திரிகையின் கட்டுரையின் தாள்கள் இரண்டாக மடிக்கப்பட்டு மேசையின் மேல் வைக்கப்பட்டிருந்தது. கையில் சூடான தேநீருடன் காலைமுழுதும் வீட்டுவேலையின் களைப்பின் மத்தியில் வந்தமர்ந்தாள் அவள்! இப்படி அமர்வதென்பது குடும்ப பெண்களின் அகராதியில்" அபூர்வ நிகழ்வு" என்ற மொழிப்பிரயோகத்தில் பதியப்பட்டுள்ளது. இப்படி அமரக்கிடைத்த நிம்மதியுடன் கையில் பத்திரிகையுடன் முற்றத்தில் வந்தமர்ந்தாள். தேநீரை ஒரு கையிலெடுத்தபடி மறுகையில் பத்திரிகையை கையிலெடுத்தபடி சாய்ந்தாள். தேநீரின் இனிமையில் ஒரு நிலையும் பத்திரிகையில் ஒரு நிலையுமாக திளைத்திருந்தாள். திடீரென பக்கத்தில் குருவியொன்று சடாரென பறந்து கீழே வந்து குந்தியது. அதன் வேகத்தில் சிதறிய எண்ண அலைகளை ஒருங்கிணைத்து பார்த்தால் குருவி கீழே தேங்காய் நார்களை கவ்வ தலையை சாய்த்தது. கூடு கட்ட குருவி சுல்லி சேகரிக்கிறது! என்று நினைத்து தலையை தூக்கி பத்திரிகையில் கவனம் செலுத்தினாள்!. மீண்டும் குருவி சிறகை உதறியபடி பறக்கிறது!பார்த்தால் காற்றில் துரும்பு பறந்து அப்பால் பறந்துவிடுகிறது. மீண்டும் பறந்து குருவி அதை கவ்விக்கொண்டு பறந்து விடுகிறது!.இதை பார்த்துக்கொண்டிருந்த அவளுக்கு ஏதோவொன்று

நினைவுக்கு வந்தவளாக எழுந்து சென்று பேனாவையும் தாளையும் கையிலெடுத்து எழுத ஆரம்பிக்கிறாள்!.நீங்கள் நினைப்பது போல் அவள் எழுதுவது கதையோ கவிதையோ அல்ல வீட்டு சாமான் பட்டியல்!. இதுவே அவள் முன்னையவளாக இருந்தால் நீங்கள் நினைத்தது நடந்திருக்கும்!. ஆனால் இன்று பல பெண்கள் இருக்கின்றனர். அந்தக்குருவியைப்போல காற்றில் துரும்பு பறந்தாலும் பறந்து சென்று கவ்வியதே! அப்படி கவ்விக்கொண்டு பேனாவின் உதவியால் பல பேர் பேசுகிறார்கள்! அவர்களின் உச்ச கட்ட வெளிப்பாடே பேனாவின் மைதான்!

இப்படித்தான் பல பென்களின் நிலை! படிக்கும் வயதில் உனது இலட்சியம் என்ன? என்று கேட்டால் வைத்தியர்,சட்டத்தரனி என பதில்கள் ஈட்டியை விட வேகமாக வெளிவரும்! ஆனால்,அதே அவர்கள் பெரியவர்களாகி சாதாரன தரம் வரும் வரை வந்து விட்டால் சோடா போத்தலில் நுரை குரைவதைப்போல சாந்தமாகிவிடுகிறது! அதே அவர்கள் திருமணமாகிவிட்டால் தனது இலட்சியத்தை நினைத்து அழுவார்கள்!இல்லை சிரிப்பார்கள்! காரணம் அவர்களது இலட்சியம் உணர்வுகளோடு மட்டும் மிஞ்சிவிடுகிறது! இது தான் நிதர்சனமான உண்மை!

இன்று இவர்களைப்போல பல பெண்கள் கோபியைக்குடிக்க செல்வதைக்கூட அரிய நிகழ்வுகளில் ஒன்றாகிவிட்டதுஒன்றாகிவிட்டது. இதே

இவள் சின்ன வயதில் நிறைய எழுதியிருப்பாள்,நிறைய பேசியிருப்பாள். ஆனால் இன்று ஒன்றுக்கும் நேரமில்லாமல் அலைகிறார்கள்!.இது ஒரு புறம் இருக்க!

இதே பெண்களின் செயல் நிலை என்று பார்த்தால்,மிகவும் கவலைக்கிடமானது.ஆனால் உலகில் முதல் பெண் பிரதமரான ஸ்ரீமா பிறந்த நாடு இது! ஆனால் அதுதான் முதலும் கடைசியும் கூட! அதற்கு பிறகு அவரது மகள் சந்திரிக்கா அம்மையார் தான் ஜனாதிபதியானார். அத்தோடு முடிந்து விட்டது பெண்களின் பதவியலங்கரிப்புக்கள்.பெண் அமைச்சர்கள் கூட விரல் விட்டு எண்ணக்கூடிய அளவினரே உள்ளனர். பாரதி கண்ட புதுமைப்பெண்கள் கட்டுரையின் தலைப்புக்களில் மட்டுமே மிஞ்சுகிறது!.

என்கிறேன்!.ஆனால் சில பெண்கள் பேனாவைக்கொண்டு எழுத ஆரம்பித்து விட்டால் அருகிலிருந்து குரல் வரும் "சும்மா கிறுக்காமல் ஒரு சூடாக டீ கொண்டு வா!"என்று இப்படிப்பட்டவர்கள் மாறும் வரை பெண்கள் உயர மாட்டார்கள்!என்றால்,நாளை விடியமாட்டாது! எந்த சூழ்நிலையிலும் எழுதுவதை கைவிட மாட்டேன் என நினைத்து அடுப்பில் நீரை கொதிக்க விட்டு விட்டு எழுதி முடியுங்கள்.

ஆகவே பெண்ணினமே புதைந்து விட்டோம் என எண்ணாமல் முளையாய் முழைத்து பூமியை பிளந்து வாருங்கள்!!!

மனநிலை....

கால நிலையை விட மனநிலை வேகமாக மாறும்! இதை நாம் அடிக்கடி உணர்கிறோம்!. சமூக வலைத்தளங்களிலும் கூட இந்த வார்த்தைக்கு அதிக செல்வாக்கு உள்ளது. இது உண்மை தான்!. மனநிலைதான் ஒரு மனிதனின் பலம்!

இவ்வாறுதான் ஒரு கதை ஒன்று உள்ளது!. ஒரு ஊரில் ஒரு மிகப் பெரிய பலசாலி ஒருவன் இருந்தான். அவன் அந்த ஊரில் குத்துச்சண்டையில் வெற்றிவீரன்!. அவனை வீழ்த்த முற்பட்டவர்கள் பலர் வீழ்ந்து தான் சென்றுள்ளார்கள். அவனுக்கு ஒரு அழகிய மகள் ஒருத்தி இருந்தால், அவளை திருமணம் செய்ய நீ! நான்! என பலர் போட்டி போட்டனர். ஆனால் இந்த குஸ்தி வீரரோ என்னை யார் வீழ்த்தி வெற்றி பெறுவார்களோ,! அவரைத்தான் என் மகளை திருமணம் செய்யலாம்!. என கூறினான்.இதனால் யாருமே முன்வரவில்லை. இதை அந்த ஊர் இளைஞன் ஒருவன் கேள்வியுற்று அவளை எப்படியாவது திருமணம் செய்ய வேண்டும்.! என எண்ணி ஒரு யுக்தியை பிரயோகித்தான். அவன் அவனது நண்பர்கள் அனைவரையும் அழைத்தான். அதில் ஒருவனிடம் நீ காலையில் (அந்த குஸ்தி வீரரை குறிப்பிட்டு) அவனை காணும் போது "ஏன் உங்கள் முடி நரைத்து உள்ளது?"என கேளு!. பிறகு "என்ன முகமெல்லாம் சுருங்கி உள்ளது?" எனவும் கேளு எனக் கூறினார.பிறகு இன்னொரு நண்பனைப் பார்த்து " நீ குஸ்தி வீரனைப் பார்த்து! "உங்களுக்கு ஏதாவது சுகயீனம், தலைவலியா?" என கேள்!" என்றான்.

இன்னொரு நண்பனையும் அழைத்து அவனிடம் "ஏன் உங்கள் பலம் குன்றியுள்ளது போல தோற்றமளிக்கிறீர்?"" ஏதாவது பிரச்சனையா ?"என கேள்" என்றான். அந்த நண்பர்களும் அவ்வாறே கேட்டனர். பிறகு அந்த குஸ்தி வீரரை சந்தித்து "நான் உங்கள் மகளை மணக்க போட்டியிட தயார்!" எனக் கூறி போட்டி நாளையும் தீர்மாணித்தான். போட்டி நாளும் வந்தது. போட்டி நடந்தேறிக் கொண்டிருக்கும் போதே இளைஞன் "பார்த்து...."" கவனம் ....."விழுந்து விடாதீர்கள்..." போன்ற சொற்களையும் அதிகம் பயன்படுத்தினான். அந்தப் போட்டியில் அவனே வெற்றியும் ஈட்டினான். அது எவ்வாறு நடந்தேறியது!... ஆச்சரியக்குறி இதற்கு விடையல்ல கேள்விக்குறிதான் இதற்கு தகும். அதாவது அவன் தன் நண்பர்களைப் பார்த்து மேற்கூறியவாறு கூற சொன்னபோது!..., அவன்(குஸ்தி வீரன்) தான் வயதாகி விட்டதையும், மனம் சோர்வடைந்ததையும், சுகயீன மனப்பாங்கையும் உணர வைக்கிறான். இதே வார்த்தைகளை அவன் தொடர்ந்து கேட்கும் போது அவன் மனம் அதை உள்வாங்கி சோர்வாகியே விட்டான்.போட்டியின்போது அனுதாபமான வார்த்தைகளை கேட்கும் போதே அவன் பலவீனம் அடைகிறான். அவனது மன தைரியத்தை உடைத்தால் அவனை வெற்றி கொள்ளலாம் என்பதை இந்த இளைஞன் ஊகித்தான். இதுதான் உண்மை! மன நிலையை சரியாக வைத்துக் கொள்ளும் போதும் தைரியம் கையோடும் போதும் செய்யும் வேலை வெற்றியாகும்!. மனநிலை தகர்ந்து இருந்தால் உன்னை விட்டு எல்லாம் நகர்ந்துவிடும்!..... வெளி

தாக்கங்களில் நேர்மறையான சிந்தனைகளை வைத்துக்கொள்!.. எதிர்மறையானதை விட்டு விடு!.. உன்னை கையாளக் கூடியவன் நீ மட்டுமே!!

தற்கொலையின் கடிதம்

பலரின் கருத்துப்படி நான் ஒரு அர்த்தமில்லாத சொல்!சிலரின் கருத்துப்படி நான் தான் அவர்களது தீர்வு! உண்மையில் நான் ஒரு விம்பம் தான் என் உருவம் மரணம் தான்! அதற்கு பிறகு ஒன்றுமேயில்லை!!?? ஆனால் இந்த மனிதர்கள் என்னை ஏன் தேர்ந்தெடுக்கிறார்கள் என எனக்கே தெரியவில்லை!. நான் பிரச்சினையின் தீர்வல்ல! கோழைகளின் வெளிப்பாட்டுச்சித்திரம்! அர்த்தமேயில்லாத ஓவியம்!!

உலகில் பல விடயங்கள் புரிந்தும் புரியாமலும் தெரிந்தும் தெரியாமலும் ஏன்? எதற்கு என்ற கேள்வி பதில் இல்லாமல் நகர்ந்து கொண்டே தான் இருக்கிறது. உலகில் இரு துருவங்களும் பல்வேறுபட்ட மாறுதல்களின் மத்தியில் தான் கிடக்கிறது!ஆனால் உலகம் சுத்துவதை நிறுத்தவில்லையே!நீ மட்டுமேன் ஸ்தம்பித்துவிட்டாய்? நீ நினைத்தபடி உன் வாழ்க்கை இவ்வளவு தான் என்று இருந்தால் ஏன் நீ இவ்வளவு நாள் வாழ வேண்டும்? இந்த நிலைக்கு வர முன்னரே இறந்து விட வேண்டியது தானே?!! யோசித்துப்பார்!! இவ்வளவு தூரம் வந்த பின்னரும் சற்றுப்பொறுமையாய் இருந்து பார் !!வாழ்க்கை உன்னை ஆச்சர்யமூட்ட காத்திருக்கிறது!

உன் முன்னால் ஒரு கதவு உள்ளது அதன் சாவி கீழே கிடக்கிறது அதை நிதானமாக தேடிப்பார்! கிடைக்கும்! அதை விட்டு விட்டு சாவி கிடைக்கவில்லை என்று

என்னை நாடி வந்து உங்கள் வாழ்க்கையை முடித்து விடாதீர்கள். அந்த கதவிற்குப்பின்னால் உன்னை இன்ப அதிர்ச்சியில் நனைய வைக்கும் விடயங்கள் நிறையவே இருக்கும். ஆனால் நீயோ கேவளம் சாவி கிடைக்கவில்லை என்று மாய்த்துக்கொண்டாயடா? மனிதா?!! உலகில் பல படைப்புக்கள் மனிதனாக பிறக்க ஏங்குகிறது.ஆனால் நீ இலகுவாக வாழ்க்கையை தூக்கிப்போடுகிறாய்!!

என்னைப்பொருத்த வரையில் நான் உங்கள் கைகளால் வெட்டப்பட்ட உங்களுக்கான குழி அதில் உங்களை புதைக்கத்தான் அந்த குழியை நீங்கள் வெட்டினாலும் நீங்கள் யோசித்தால் அது உங்கள் வாழ்க்கையின் திருப்பு முனையாக அமைந்து அந்த குழியில் உங்களுக்கு பதிலாக முயற்சியை விதையாக வைத்து முடிவிட்டு அதில் உழைப்பை நீராக ஊற்றி வளர்த்துப்பாருங்கள் வாழ்க்கை எனும் விருட்சகம் நினைத்ததை விட அதிகமாக பசுமையடைந்திருக்கும்

ஒரு நாளும் தனியாக இருக்கிறேன் என நினைக்காதீர்கள். அந்த யோசனை தான் உங்களை அதிகமாக என்னிடம் நெருக்கமாக்கும். நீங்கள் தனியாக இந்த உலகில் பிறக்கவில்லை இருவரால் தான் நீ பிறந்தாய் என்பதை நினைவில் கொள்! பிறகு ஏன் தனிமையை உணர்கிறாய்??!! தனிமையில் இனிமை காண்! கானகமாக்கிக்கொள்ளாதே! உன்னை என்னிடம் சேர்த்து விட்டு சென்று கொண்டேயிருக்கும்!!

பொறுமை, நிதானம்,யோசனை இம்மூன்றும் உன் கேடயங்கள் உன்னை பாதுகாக்கும். அதே நேரம்

உன்னை தாங்கிப்பிடிக்கும் இதில் ஒன்றையேனும் நீ இழந்தால் உன் வாழ்க்கையையே என்னிடம் தாரைவார்க்கும்!

மனிதனே பிரச்சினைக்கு நான் தீர்வல்ல அதற்கு நீயே தீர்வு! உன்னிடமே அதற்கான விடையுள்ளது. முதலில் உன்னை நீ தெரிந்து கொள்! வாழ்க்கை அழகானது அது உன்னை வாழவைக்கவே முயற்சிக்கிறது. ஆனால் நீ தான் வீண் பீதியால் மாண்டு போக எத்தனிக்கிறாய்! உண்மையில் நான் ஒரு தங்க நிறத்தாலான வெற்றுப்பெட்டி பார்க்கத்தான் பெறுமதியாக உன் கண்களுக்கு மட்டும் தெரிகிறேன். திறந்து பார்த்தால் தான் புரிகிறது என்னிடம் ஒன்றுமேயில்லை என்பதை வீனாக என்னை ஒரு நாளும் தேடி வராதீர்கள் ஏமாற்றம் மட்டும் தான் மிஞ்சும்!!!

அரசு புரியப்பட வேண்டியது!

"காவிரி நாடு அன்ன கழனிநாடு" இது சோழர் காலத்தில் தோன்றிய கம்பராமாயணத்தில் கூறப்படும் வசனம். இதன் கருத்தாவது "காவிரியாற்றால் வளம் பெற்ற வயல்களால் சூழப்பட்ட சோழ நாட்டைப்போன்ற கோசலை நாடு"ஆகும். அதாவது,கம்பர் தனக்கு வாழ்வளித்த தனது தாய்நாட்டை விட்டுக்கொடுக்காமல் தனது சோழ நாட்டை பெருமைப்படுத்தி கோசலை நாட்டுக்கு ஒப்பிட்டுள்ளமையானது அவரது நாட்டுப்பற்றை பறை சாற்றுவதாகவே அமைகிறது. இதே நமது நாட்டவர்களின் நிலைமையை நினைத்துப்பார்த்தால் அழுவதா?சிரிப்பதா?!! என்று ஒன்றுமே புரிவதில்லை.

வருடா வருடம் தேர்தல் வருகிறது நாம் வாக்கையும் இடுகிறோம் வெற்றி தோல்வி இரண்டும் வெளியாகிறது வெற்றி பெற்றவர்கள் கழிப்பறையில் தொலைக்காட்சி பொறுத்தி ரசித்துக்கிடப்பார்கள். தோல்வியடைந்தவர்கள் அந்த தொலைக்காட்சியிற்கு அடியில் கேமரா வைத்து வேவு பார்க்கிறார்கள்.இதற்கிடையில் பொது மக்கள் தொலைக்காட்சியில் ஓடும் காட்சியாக அரசியலை ரசித்து விட்டு கடந்து செல்கிறார்கள்.இல்லாவிட்டால் எல்லாவற்றையும் ஒரு அலசு அலசிவிட்டு விமர்சனங்ளை அள்ளித்தெறித்து விட்டு சென்று விடுவார்கள்.மறுபடியும் மறு தேர்தலில் இன்னொரு

களோபரம் என தொலைக்காட்சி சீரியல்களாக அரசியல் களம் நகர்கிறது. இதுவா அரசியல்??!!

நாட்டுப்பற்று என்பது பலரை பொறுத்தவரையில் வெறும் வாக்கின் மூலம்தான் வெளிப்படும் ஒரு ஊடகம்! ஆனால் நாட்டுப்பற்று என்பது அதுவல்ல!அது உன் நாடி நரம்பு எல்லாவற்றிலும் கலந்திருக்க வேண்டிய ஒன்று! அது உன் சொல்லில் செயலில்!எண்ணத்தில் என எல்லாவற்றிலும் வெளிப்பட வேண்டும்!. ஆனால் இவைகள் இன்று சினிமாக்களின் கதைக்கருக்களாகத்தான் மாறியுள்ளதே தவிர மனிதனின் மனதில் உணர்வுகளாக எழவில்லை.
சரி அரசியல் என்றால் இப்படித்தான் இருக்கும் எம்மை சுரண்டத்தான் அவர்கள் வருவார்கள்.என்ன செய்ய??!என புலம்புபவர்களே!!
சுரண்டுபவன் திருடன் என்றால் சுரண்ட இடம் கொடுத்தவன் நீதானே!! அது கூட்டுக்களவாட்டம்?!! அல்லவா??!!வாக்கு என்பது வாழ்க்கையில் உள்ள ஒரு விடயம் அல்ல!

அது உன்னிடம் உள்ள வாழ்க்கையின் விடயமே அது தான்.இதை முதலில் புரிந்து கொள்ள வேண்டும்.நீ பிறந்து இறக்கும் வரை உன்னை சுற்றி நடக்கும் ஒவ்வொரு விடயமும் அரசியல் தான்!ஆனால் நாம் ஏதோ அதிரடி திரைப்படம் பார்த்தது போல பார்த்துவிட்டு நகர்கிறோம்.இதற்கு தீர்வு நீமட்டும் தான் ஆவாயே ஒழிய வேறில்லை.

உரிமையை கேட்பதும் நீ! பெறுவதும் நீ!அனுபவிப்பதும் நீ!அதே தவறுகள் நேர்ந்தால் விமர்சிப்பதும் நீ! ஆனால் உன்னை ஆட்சி செய்பவன் வேறு யாரோ?!! ஏன் இவ்வாறு நடக்கிறது என்று பார்த்தால்!,அரசியல் என்பது ஒரு சாக்கடை என்று கூறிவிட்டு நகர்கிறார்கள். இல்லாவிடில் அரசியல் என்ற சொல்லிற்கு மறு சொல்லாக ஆட்சி என்று உள்ளது அதற்கு உரித்தாக வரையறுக்கப்பட குடும்பங்கள் இருக்கிறது. அவர்கள் பார்த்துக்கொள்வார்கள் என்று பல பேர் நினைக்கிறார்கள். அவ்வாறல்ல!. அரசியல் சாக்கடை என்றால் அதைச்சுற்றித்தான் நீ வாழ்கிறாய். அதை சுத்தம் செய்ய வேண்டியது உன் கடமை!!!கடமையை செய்யாமல் உரிமையை எதிர் பார்க்காதே!என்ற வசனம் இங்கு சாலப்பொருந்தும்!

அதே நேரம் இங்கு தவறாகப்புரியப்பட்ட ஒரு விடயமும் உண்டு. என்னவென்றால்,குடும்ப அரசியல்!! இன்றைய சூழ்நிலையைப்பொறுத்த வரையில் அரசியல் என்பது ஒரு குடும்பச்சொத்து அது வாரிசுரிமையின் அடிப்படையில் தான் அமைகிறது. ஆனால் அது அவ்வாறல்ல உண்மையில் அரசியல் என்ற சொல்லிற்கு கருத்தாக ரூசோ போன்ற சமூக ஒப்பந்தக்கோட்பாட்டாளர்கள் கூறும் விளக்கம் என்னவெனில் அரசியல் என்பது மக்களுக்குரியது அது எலலோரினதும் ஒப்பந்ததின் மூலமே உருவானது.என்று கூறினர். ஆனால் இன்று மக்களால் தான் அரசு உருவாகிறது. ஆனால் அது ஒரு குடும்பத்திற்கு மட்டும் என்று பார்க்கும் நிலை தான்

உள்ளது. இது மாற வேண்டும். அவனது தகப்பன் நல்ல அரசியல்வாதி அவர் நல்ல விடயங்கள் பல செய்துள்ளார். சரி நல்லது!அதுவே அவரது மகனுக்கும் அரசியல் வாய்ப்பு கொடுக்கிறோம். ஆனால் நீ ஏன் வாக்குக்கொடுக்கும் ஒருவராகவே இருக்கிறாய்! பிறகு அவன் தந்தையை காட்டி அரசியல் செய்து நம்மை சுரண்டி விட்டான் என கதை விடுவது. இது எந்த விடயத்தில் நியாயம். அரசு நமக்கானது. அதை நாம் தான் செயற்படுத்த வேண்டும்.

புரிந்து கொள்ளுங்கள்..!!! அரசு பரந்தது அதை குப்பையாக்குவதும் சோலையாக்குவதும் நம் கையில் தான் உள்ளது! கடைசியாக கூறுகிறேன். நம் உரிமை நம் கையில் அதை பெற நம் கடமயை ஒழுங்காக செய்ய வேண்டும் என கூறி முடிக்கிறேன்....

கீறிய பாதை.....

"பறவைகளின் இராட்சசன்" என பெயர் வாங்கிய ராஜாளிப் பறவை இனம் வேட்டைக்கு பெயர் போனது!... அது உயரத்தில் பறப்பதில் வல்லமை வாய்ந்தது.அதேநேரம் சிறகடிக்கும் நுட்பத்தில் சிறந்து! இவை எவ்வாறு இப்படி உள்ளது?.. என நோக்கினால் ஆச்சரியம் தரும் ஒரு சம்பவம் உள்ளது. அது என்னவெனில்!,..இதன் அடித்தளம் ஆழ்மானது.குஞ்சுகள் வரக்காரணமாகும் பெண் பறவை உயரப் பறந்து கொண்டிருக்கும் போது!... ஆண் பறவைகளை அதை சுற்றி வட்டமடிக்கும்!.. அதன்போது பெண் பறவை தனக்கு பொருத்தமான துணையைத் தேர்ந்தெடுக்க திடீரென கீழே இறங்கி ஒரு குச்சியை கையில் எடுத்தபடி உயரே பறக்கும். அதே உயரத்தில் இருந்து கீழே விடுமாம். வட்டமடித்துக் கொண்டிருந்த அடுத்த ஆண் பறவைகள் அதைக் கீழே விழாமல் தாங்கிப் பிடிக்க முயற்சிக்கும்.....! முதலில் குச்சியை யார் தாங்கிப்பிடிக்கிறது! என்பதை பெண் பறவை பார்த்திருக்கும்!.. பிடித்த குச்சியை திரும்ப பெண் பறவையிடம் கொடுக்குமாம் ஆண் பறவை!...... பெண் பறவை இவ்வாறு திரும்பத் திரும்ப கீழே போடுமாம் எந்த ஆண் பறவை திரும்பத் திரும்பக் கொண்டுவந்து தருகிறதோ அதைத் தன் துணையாக தேர்ந்தெடுக்குமாம் அந்த பெண் பறவை!...பெண் என்றாலே அலைய வைப்பது தானே என முனங்குவது கேட்கிறது!....ஏன் இந்த வீண் விளையாட்டு!..என யோசிப்பதும் எனக்கு விளங்குகிறது!..

பொறுமையாய் பாருங்கள் பிறகு தனக்கு ஏற்ற ஜோடியை தீர்மாணித்த பின்னர்...ஆண் பறவையும் பெண் பறவையும் சேர்ந்து உயர்ந்த மரம் ஒன்றில் கூடு கட்டி அதில் வாழ்க்கையை துவங்கும். பின்னர் முட்டையிட்டு குஞ்சு பொரித்து குஞ்சும் வெளிவந்து இறக்கை முளைத்த பின்னர் பெண் பறவை குஞ்சுகளை உயரமான மரத்தில் இருந்து தள்ளிவிடுமாம்..ஆண் பறவை பறந்து சென்று குஞ்சுகளை கீழே விழாமல் தாங்கிப் பிடித்து மேலே கொண்டு வருமாம். திரும்பத் திரும்ப ஒவ்வொரு குஞ்சையும் இவ்வாறு செய்யுமாம்.... தள்ளி விடும்போது குஞ்சுகளும் பறப்பதற்கு கற்றுக்கொள்ளுமாம்..!! இதற்குத்தான் அந்தப் பெண் பறவை அவ்வாறு செய்துள்ளது.

நாம் ஒரு விஷயத்தை செய்ய முற்படும் போது அதற்கென ஒரு பாதையை வகுத்துக் கொள்ள வேண்டும். அது எவ்வாறு நடைபெற வேண்டும் என்பதையும் தீர்மானித்துக் கொள்ளவும் வேண்டும். இந்த பெண் பறவையை போல.......!!!விழுந்தாலும் தாங்கிப் பிடிப்பதற்கான சகபாடிகளையும் அருகில் வைத்துக்கொள்ள வேண்டும்!, இந்த ஆண் பறவையை போல... விழுந்து தான் கற்றுக்கொள்ள வேண்டும்!, குஞ்சுகளை போல.....! இவ்வாறு சரியான பாதையில் பயணிக்க கற்றுக்கொள்ள வேண்டும். கூரிய பாதையில் சென்றால்தான் இராஜாலிகள் பறவைகளின் இராட்சசனாக இருக்கிறது!.. என்பதை சொல்லித்தான் புரிய வேண்டியதில்லை!..

காலனித்துவ மனிதன்

எமது இந்த தேசம் ஒரு காலத்தில் ஆங்கிலேயர்களின் காலனியின் கீழ் ஆட்சியில் இருந்தது.அவர்களின் ஒரே நோக்கம் தமது தாய்நாட்டின் வளர்ச்சிக்கு தேவையான பிரயோசனம் அனைத்தையும் இந்த நாட்டில் எடுத்துக்கொள்வதாகும்.
இது நீர் நிறைந்த பகுதியில் பஞ்சை அமிழ்த்தி நீரை உறிஞ்சும் செயல்பாடாகும்.

இப்படி இருக்கும் சமயத்தில் இந்த உலகம் முதலாம் உலகப்போரை சந்தித்தது. இந்தப்போர்தான் உலகின் போக்கையே மாற்றிவிட்ட திருப்பு முனையாகும்.இந்த உலகப்போரில் பிரித்தானியா நட்புநாடுகளின் அணியில் கூட்டுச்சேர்ந்து யுத்தத்தில் பங்குபற்றியது.இதனால் பிரித்தானியா போரில் மும்முரமாக ஈடுபட வேண்டிய கட்டாயத்தில் இருந்தது. ஆகவே பாரிய பொருளாதார வசதியொன்று பிரித்தானியாவிற்கு இருக்க வேண்டிய கட்டாயத்தில் இருந்து. பிரித்தானியாவின் பிரதான வருவாய் முறை கைத்தொழில் முறையாகும். அதேநேரம் பெருந்தோட்ட பயிர்ச்செய்கையும் கூட இருந்தது. ஆனால் இவை யுத்த நெருக்கடியால் திறம்பட செயற்பட முடியவில்லை.

இதனால் அவர்கள் தமது காலனித்துவத்தின் கீழ் உள்ள அடிமை நாடுகளில் இதை அமைத்துக்கொள்ள முடிவெடுத்தது. அதனால் இலங்கையில் பெருந்தோட்ட பயிர்ச்செய்கை கைத்தொழில் என வெகுவாக

செயற்படத்துவங்கியது. இதனால் எமது நாட்டின் தனித்தன்மையான விவசாயமுறை பின்தங்கியது என்றே கூறவேண்டும். அநுராதபுரக்காலத்தில்,பொலண்னறுவைக்காலத்தில் என அணைத்து இராஜதானிக்காலத்திலும் விவசாயம் பிரதான தொழிலாக காண்ப்பட்டது. இது பிரித்தானியர்களுக்கு அவசியப்படவில்லையென்றே கூறவேண்டும். வெளிநாட்டு முதலீட்டாளர்களைப்பெறவும்,பெருந்தோட்ட முறைகள் அமைக்கவும்,தேயிலை கோபி பங்குச்சந்தைகளில் செல்வாக்கு பெறவும் இது தான் அவர்களுக்கு முதன்மையானது.இதன் மூலம் இலங்கை இன்று வரை விவசாயத்தில் தன்நிறைவு அடையவில்லை என்பது வெட்க்கிக்க வேண்டிய உண்மையாகும். பலநாடுகளுக்கு நெல்லை ஏற்றுமதி செய்த இலங்கை இன்று நெல்லுக்காகவும் இத்தியாத விவசாயப்பொருட்களுக்காகவும் கையேந்தும் நிலைக்கு தள்ளப்பட்டுள்ளது.

இவ்வாறுதான் பலரது வாழ்க்கையும் அவர்களுக்கென்ற தனிப்போக்கு, தனிநடத்தை,தனித்தன்மை என பலதும் இருந்தும் அவர்கள் அதை திறம்பட சரியாக பயன்படுத்தாமல் இருப்பதால் இன்னொருவரின் தேவைகளை முடித்து வைப்பதற்கே பிரயோசனப்படுகின்றனர். யாரோ எழுதிய கவிதைக்கு வரியாய் இருக்கிறார்களே தவிர தன் கவிதைக்கு கருத்தாக இருக்கத்தவறுகிறார்கள். குடும்பத்தின் நிலை! சூழ்நிலையின் சதி! என தன் தேவையை மறந்துகிடக்கின்றனர்.

அப்படியிருக்கும்போது வெறொருவர் நுழைந்து அவரை திறம்பட பயன்படுத்தி செல்லவும் இடமளித்து விடுகின்றனர்.

உதாரணமாக தரம் ஒன்று முதல் உயர்தரம் வரை பாடத்திட்டத்தை கரைத்துக்குடித்து விட்டு வேலை என்ற பெயரில் தன் சுயத்தை தொலைத்து இன்னொரு நிறுவணத்திற்கு மாடாய் உழைக்கின்றனர்.

உழைப்பு சம்பளம் பொருளாதாரம் என்பன அவசியம் தான்! அதில் உங்கள் தனித்தன்மை தனித்திறன் மரத்துப்போகாமல் பார்த்துக்கொள்ளுங்கல் இல்லையெனில் வேறொருவர் வந்து உங்கள் வாழ்க்கையை வாழ்ந்து விட்டுப்போவார்கள்.

மூழ்கடிப்புக்கள்

ஆற்றில் ஓடிய நீர் இப்பொழுது ஒரு செயற்கை பிளாஸ்டிக் பெட்டகத்தில் அடங்கிக்கிடக்கிறது.எரிக்கும் நெருப்பு வெறும் நான்கு மூலை பெட்டியில் புகுந்து கிடக்கிறது. மரம் வளர்க்க மண் பிளாஸ்டிக் பையில் தொங்குகிறது. சுவாசம் செய்ய காற்று கூட "விற்பனைக்கு உண்டு" என்ற பெயர் பலகையில் தொங்க விட்டு கிடக்கிறது. உலகத்தில் இடம் போதாதென்று வானைதாண்டி நிலவில் வீடு கட்டி வசிக்கும் அளவிற்கு மனிதன் வளர்ந்து விட்டான். இப்படி நவீனம் ஜம்பூதங்களையும் சட்டைப்பைக்குள் வைத்துக்கிடக்கிறது. இந்த நேரத்தில் இளம் சமூகத்தின் நிலைமையை நோக்கினால் அவர்கள் வேறொரு உலகத்தில் வசித்துக்கொண்டிருக்கிறார்கள்.!!!இது தான் நிதர்சன உண்மை!! கையில் செல்போன் ஒரு தட்டலில் முழு உலகமும் கைக்குள். என்று அவர்களை கைக்குள் வைத்திருக்கிறது. நவீனம்!!

நவீனம் உலகிற்கும்,மனித சமுதாயத்திற்கும் ஒரு வரம் என பலர் கூறுகின்றனர். நல்லது. அதுவே அதன் மறுபக்கத்தைநோக்கினால் அது சாபம். இன்றைய இளைய சமூகத்தை நோக்கினால் அவர்கள் அருகில் இருக்கும் நன்பர்களுடன் கதைக்க நேரமில்லை அமேரிக்காவில் இருக்கும் நேரில் தெரியாத ஒருவருடன் தொடர்பில் உள்ளார். அதே அவர்களை படம் எடுக்கும் போது இயற்கையிலே அழகு தான்

ஆனால் அதை மெருகூட்டி படம் பிடிக்க அதற்கென ஒரு செயலி!!இதனால் அவர்களது முகமே அவர்களுக்கு மறந்திருக்கும்! போதையை அவர்களுக்கு என்னவென்று கூட தெரியாது!ஆனால் அதை நவீனமாக வடிவமைத்து அவர்களுக்கு ஊட்டுகிறார்கள். படிக்க வேண்டிய வயதில் புகை விடுகிறார்கள்.

அம்மாவிற்கு சுகம் இல்லையென்று அக்கா வாட்ஸ் அப்பில் குறுஞ்செய்தி அனுப்புகிறாள். தம்பியிற்கு!! தம்பியும் ஆன்லைனில் மருந்து வாங்கிக்கொடுக்கிறான்.அம்மா அதை பெருமையாக மூத்த மகனிடம் சொல்ல அவனும் அதை ஸ்டோரி வைக்கிறான். இப்படித்தான் இன்றைய நவீன குடும்பம். அவசர செய்தியே வர வேண்டும் இப்போது நாட்டு நிலைமை விளங்க அதையும் அவர்கள் ஒரு செய்தியாகவே கடந்து செல்கின்றனர். இவற்றுக்கெல்லாம் காரணம். சிந்தனைகள் யாவும் மழுங்கிக்கிடப்பது தான். இதற்கு சிந்திக்க வேண்டும். இப்படி சிந்திக்க விடாமல் சிதற விடுவது தான் நவீனத்தை இயக்கும் இயக்குனர்களின் தந்திரம்.

இங்கு நவீனத்தின் இயக்குனர் யார்? என்று கேள்வி எழலாம்! நியாயம் தானே! ஆனால் தன் எஜமான யாரென்று அறியாத கொத்தடிமைகள் நீங்கள் என்பதை நினைவில் கொள்ளுங்கள். நவீனத்தின் இயக்குனர்கள் என்பதில் ஒருவருக்கு மட்டும் அந்த பதவியை வழங்குவதென்பது நியாயமில்லை. இதில் உலக வர்த்தக கம்பனிகள்,போதை வஸ்து தயாரிப்பு

கம்பனிகள்,வல்லரசு நாடுகள்,சினிமா தயாரிப்பாளர்கள்,நடிகர்கள்,இணைய தளம் மற்றும் தொலைபேசி தயாரிப்பாளர்கள் என ஒரு பட்டாளமே இதற்கு பங்காளிகளாக திகழ்கின்றனர். யாவும் பணம் மயம்!என்ற ஒரே கோட்பாட்டுக்கினங்க இந்த அத்தனை பேரும் இளைய சமூகத்தை சுய சிந்தனையின்றியே அழித்துக்கொண்டிருக்கிறார்கள். இவர்களது வளர்ச்சியே இளசுகளை யோசிக்க விடாமல் வைப்பது தான்.தொலைபேசி பாவித்தால் தான் இளமைக்கு அழகு!வயதுக்கு வந்தால் காதல், புகைப்பிடிப்பது என்பது சதாரணமானது. ஒவ்வொரு சமூகவலைத்தளங்களிலும் கணக்கு வைத்திருப்பது தான் பெருமை!!என்று அவர்களை மூளைச்சலவை செய்யப்பட்டுள்ளது. என்பது கவலைக்குறியது. இவை யாவும் அவர்கள் பணம் சம்பாரிக்க எற்படுத்திய மாயைகள். இதில் கட்டுண்டு மாண்டு கிடக்கிறது இன்றைய இளம் சமூகம் இவர்களை சுற்றிநடக்கும் ஒவ்வொரு விடயமும் பணத்திற்காகவே!!

இந்த இளம் சமுதாயத்தை பொறுத்த வரையில் அவர்கள் புதுமை விரும்பிகள்!இதை அவர்களது பலவீனப்பகுதியாக பிடித்துக்கொண்டு ஆட்டிப்படைக்கிறார்கள். இவர்கள் தனித்து செயற்படும் நபர்கள் அல்லர். இவர்கள் ஒரு சங்கிலித்தொடர். இவர்களது சொகுசு வாழ்க்கைக்காக மற்றவர்களை சிதைக்கும் கூட்டுக்களவானிகள்!!. உதாரணமாக ஒருவர் செல்போன் வைத்திருக்கிறார்.அதில் அவருக்கு குறுஞ்செய்தி

வருகிறது நூறு ரூபாய் ரீசாஜ் செய்தால் ஒரு தொகை இன்டெர்னட் இலவசம் என்று .அவரும் ரீசார்ஜ் செய்கிறார் இணையத்தளத்திற்கு பிரவேசிக்கிறார். அதில் ஒரு திரைப்படத்திற்கான விளம்பரம் அதை பார்போம் என்று திரைப்படத்தை ஆன்லைனில் பார்க்கிறார்.அதில் கதாநாயகனின் முதல் பிரவேசமே கையில் சிக்கரேட்டுடன் தான். அப்பொழுது தான் படமே தொடங்கியிருக்கும் அதற்கு இடையே ஒரு விளம்பரம் ஓடுகிறது.தொலைபேசியின் ஒரு மூலையில் 5 செக்கன்ட் இந்த விளம்பரம் ஓடும் அதற்குப்பிறகு நீங்கள் துண்டிக்கலாம் என போட்டிருக்கும். ஆனால் 5 செக்கன்ட் கடந்த பிறகும் அதை துண்டிக்க மனசு வராது. காரணம் அதற்குப்பிறகு என்ன வரும் என்ற ஆர்வம் தான். பிறகு படம் ஓடுவதற்குள் இலவச டேட்டா முடிந்து விடும். பிறகு எப்படியாவது படத்தை பார்க்க வேண்டும் என்ற ஆர்வத்தில் மீண்டும் ரீச்சார்ஜ் செய்து படத்தை பார்த்து முடிக்கிறார்....

இது உங்களுக்கு ஒரு சம்பவமாக் தெரியலாம் இதற்குப்பின்னால் எத்தனை வியாபாரம் இருக்கிறது என்று தெரியுமா? தெரிந்தால் திருந்தி விடுவீர்கள்களே!!!!நான் விபரிக்கிறேன் கேளுங்கள்.! இவருக்கு குறுஞ்செய்தி அனுப்பப்பட்டது.ஆசையை ஏற்படுத்த !!மனிதனுக்கு இது இயல்பு தானே!பிறகு அவரும் ரீச்சார்ஜ் செய்கிறார் மனிதனின் ஆசை அவர்களுக்கு பணம்!.பிறகு இவரது ஆர்வத்தின் தூண்டலால் இன்டர்நெட்டில் நுழைகிறார்.பிறகு நெட்டிசன்களினதும், சினிமா தயாரிப்பாளர்களினதும் கைக்கோர்த்தலின் அடிப்படையில் இடப்பட

திரைப்படத்தின் பெயரும் பிரபல்யமான கதாநாயகனின் படமும் கவரும் வகையில் ஒன்றோ இரத்தம் வடியும் விதத்தில் பாவம்!! இல்லை வசீகரிக்கும் விததில் கூலிங்கிளாஸ் அனிந்த படி பாவம்! !இப்படி ஏதொ ஒரு விதத்தில்!! இதில், இரத்தம் வடிந்தால் அதைப்பார்த்தவுடன் மனதில் ஒரு திகில் ஏற்பட்டு பார்க்கத்தூண்டும்!!கூலிங்கிலாஸ் அணிந்திருந்தால் மோகம் ஏற்பட்டு பார்க்கத்தூண்டும். என்று ஏதோபார்க்கத்தூண்டும் விதத்தில் அமைந்திருக்கும். மனிதர்களின் உணர்வுகள் அவர்களது வியாபாரம்!! . பிறகு அவரது உணர்ச்சியின் தூண்டலால் படத்தை பார்க்கிறார். அதில் கதநாயகன் சிக்கரட் பத்த வைக்கும் காட்சியில் அவனது நடை உடை பாவனை யாவும் இவனை கவர இவனும் அதை செய்து பாரக்க. ஆசை கொள்கிறான் இதனால் அப்பாவியும் அடப்பாவியாகிறான்.இதற்கிடையில் கம்பனிகளும் தமது உற்பத்திகளுக்கான விளம்பரங்களை ஓட விடுகிறார்கள். இந்த சந்தர்ப்பத்தை பயன்படுத்தி தாம் இலவசமாக கொடுத்த டேட்டாவை முழுப்பூசனிக்காயை சோற்றில் மறைத்த கதையாக விழுங்கி விடுகின்றனர். பிறகு படத்தை பார்க்க முடியவில்லை என்ற தூண்டலினால் மீண்டும் ரீச்சார்ஜ் செய்கிறார்.ஆர்வத்தை தூண்டிவிட்டு அவனை வசப்படுத்தி விட்டு தானாகவே பின்தொடர வைப்பது.இதற்கு பெயர் தான் அடிமையாகுதல்!!

இப்படி ஒரு வியாபார உத்திகள் நம்மைச்சுற்றி ஏராளம் நடக்கிறது.ஆனால் நாம் நம்மையறியாமலே!அதற்கு

அடிமையாகிக்கிடக்கிறோம். இங்கு அடிமை என்ற விடயத்திற்கு கருத்து எதை சொன்னாலும் கட்டளையிட்டபடியே நடப்பதாகும். அதாவது தொலை பேசியில் ஒரு குறுஞ்செய்தி தானே வந்தது. அதைத்தொடர்ந்து எத்தனை செயல்கள் உன்னையறியாமலே அதற்காக செயற்பட்டாய்!!

உணர்வுகள் என்பது இயற்கையானது. அதை சரிவர பயன் படுத்தவே கடவுள் மூலையை தந்தான்.அந்த மூலையால் கொஞ்சம் சிந்தியுங்கள். ஆனால் அந்த மூளையின் பிடி கட்டப்பட்டு மனம் எனும் பிடி அவிழ்க்கப்பட்டு உன்னை அடிமைப்படுத்தியே விட்டது. சிந்தனை எனும் சாவியைக்கொண்டு திறந்து பார் உலகை எவ்வளவு பயன் மிக்க விடயங்கள் பரந்து கிடக்கிறது என்பதை.!!நவீனம் என்பது தவிர்க்க முடியாதது தான். அது நம் வாழ்வில் அங்கம் பெற்றுவிட்டது.ஆனால் அது நம்மை பயன்படுத்தும்போது நாம் அதைப்பயன்படுத்திக்கொள்வோம்.அது எங்கள் புத்தியிலே உள்ளது எவ்வாறெனில் உதாரணமாக,சவர்க்கத்திற்கான விளம்பரம் என வைத்துக்கொள்வோம் அதில் பக்டீரியா, சூழல் மாசு,வைரஸ் என விஞ்சான விந்தையே குவிந்திருக்கும்.உங்கள் விஞ்சானப்புத்தகத்தை திறந்து பாருங்கள் அதே விடயம் புத்தகத்தில் இருக்கும். அந்த சவர்க்காரம் குறிப்பிட்டவாறு உள்ளதோ இல்லையோ!விளம்பரத்தில் உள்ளது போல புத்தகத்தில் இருக்கும். இப்பொழுது இந்த பாடம் படிக்கும்போது அந்த விளம்பரம் நினைவில் வரும்.

விளம்பரம் பார்க்கும் போது பாடம் நினைவில் வரும். பாடம் மறக்காது. நவீனம் நம்மை பயன்படுத்திக்கொண்டது. நாம் விளம்பரத்தை பயன்படுத்திக்கொண்டோம்.இது போல சிந்தனையை உயிர்ப்பித்துக்கொண்டால் நம்மை பயன்படுத்துபவர்களை நாம் பயன்படுத்தலாம் அதற்கு சிந்திக்க வேண்டும்....!!!

இளைய சமுதாயமே உங்களை இவர்கள் ஆயுதமாக் கொண்டிருக்கிறார்கள். நீங்கள் இவர்களை ஆயுதமாக கொள்ளுங்கள்.உமது வாழ்க்கை உமது கையில் இருக்கும்!